Giữ Lòng

Tập Truyện Ngắn

Vinh Q. Tang

Giữ Lòng - Tập Truyện Ngắn được thực hiện với sự đồng hành và hỗ trợ của ChatGPT.

Ottawa, Ontario. Canada
Email: vinhqtang@yahoo.com
Website: vinhqtang.com
ISBN 978-1-0699535-4-4

Nghĩa Lan Nhân

Mục lục

LỜI TỰA

Có những điều con người chỉ nhận ra khi đã đi đủ xa.

Không phải khi đứng giữa những biến cố lớn, cũng không hẳn khi đối diện với mất mát, mà là trong những khoảnh khắc rất đời thường: lúc dừng chân giữa mùa đông, khi mở cửa một căn nhà cũ, khi nhìn thấy một cử chỉ nhỏ mà bất chợt nhận ra mình vẫn còn biết rung động.

Tập truyện này không được viết để kể lại hành trình rời quê hương, cũng không nhằm giải thích thế nào là một đời sống nhập cư. Những điều đó đã được nói nhiều, đủ nhiều. Điều thôi thúc những trang viết này ra đời là một câu hỏi âm thầm hơn, và có lẽ khó trả lời hơn:

Khi hoàn cảnh thay đổi, ta còn giữ lại được điều gì trong lòng mình?

Giữ ở đây không phải là níu kéo quá khứ, cũng không phải là chống lại đổi thay. Giữ là một động tác thầm lặng, đôi khi rất mệt mỏi: giữ cho mình không trở nên lạnh lẽo trước cái lạnh của đời sống; giữ để những gì từng làm nên một con người không bị bào mòn bởi nhịp sống mới, luật lệ mới, hay những đòi hỏi khắc nghiệt của mưu sinh.

Xứ lạnh trong các câu chuyện này vừa là không gian cụ thể, vừa là ẩn dụ. Đó là nơi con người buộc phải học cách tự đứng vững, tự chịu trách nhiệm, tự quyết định đúng - sai mà không còn nhiều vòng tay che chở. Ở đó, lòng tốt không còn được vỗ tay khen ngợi, và sự tử tế hiếm khi được gọi tên. Nhưng cũng chính ở đó, mỗi hành động nhỏ mang theo trọng lượng của một lựa chọn đạo đức.

Những nhân vật trong tập truyện này không phải là anh hùng. Họ là những con người bình thường: người lao động, người già, người nhập cư, những người lặng lẽ đi qua đời sống với đôi vai không rộng hơn ai, nhưng vẫn cố giữ cho bước chân mình không chệch khỏi một lằn ranh vô hình. Có khi họ thành công, có khi họ chao đảo. Nhưng điều quan trọng không nằm ở kết quả, mà ở việc họ vẫn còn tự hỏi mình: "Làm vậy có phải không?"

Đạo trong những câu chuyện này không nằm trong sách vở, cũng không được trình bày bằng những nguyên tắc lớn lao. Đạo hiện ra qua cách sử dụng một nguồn nước, qua việc đối xử với một sinh vật yếu hơn, qua thái độ trước một nỗi đau không thuộc về mình. Đó là thứ đạo được học bằng quan sát, bằng im lặng, bằng những tấm gương không bao giờ tự xưng là gương.

Có một điều thú vị: càng đi xa quê hương, con người ta lại càng dễ nhìn thấy rõ những giá trị từng được xem là hiển nhiên. Những điều từng được dạy không bằng lời, từng thấm qua bữa ăn, qua cách người lớn cư xử với nhau, qua những cử chỉ không cần giải thích. Chúng không biến mất khi ta rời đi. Chúng chỉ lặng lẽ theo cùng, chờ một ngày được gọi tên.

Và rồi, có lúc ta nhận ra: không phải mình đang mang những giá trị ấy đi qua xứ tuyết, mà chính chúng đang giúp mình không bị lạc trong cái lạnh.

Tập truyện này được sắp xếp như một dòng chảy: từ mưu sinh, đến đạo sống, đến thử thách, rồi lắng lại, và cuối cùng là dư vị để lại cho thế hệ sau. Không có lời kết luận nào được đặt ra. Bởi đạo, nếu còn sống, thì không nên bị đóng khung bằng một câu trả lời dứt khoát.

Nếu sau khi gấp sách lại, người đọc thấy mình chậm hơn một chút trước một phán xét, dịu hơn một chút trước một con người khác, hay đơn giản là nhớ lại một bài học cũ tưởng đã quên - thì tập truyện này đã hoàn thành phần việc của nó.

Còn lại, mỗi người sẽ tự giữ lấy phần của mình

Ottawa, 02-2026

Vinh Q. Tang
(Tăng Quyền Vinh)

1. LẬP NGHIỆP XỨ TUYẾT

Có những vùng đất buộc con người phải học lại từ đầu: cách bước đi, cách nói năng, cách im lặng, và cả cách đứng thẳng trước chính mình. Ở đó, cái lạnh không chỉ nằm trong không khí, mà còn len vào những khoảng trống giữa người với người, giữa lựa chọn này và lựa chọn khác.

Bước vào xứ tuyết, người ta không chỉ mang theo hành lý. Mỗi người còn mang theo một thước đo vô hình — để tự hỏi, giữa mưu sinh và tồn tại, giữa thích nghi và đánh đổi, đâu là những điều có thể thay đổi, và đâu là những điều không nên đánh mất.

Họ đặt chân xuống sân bay Ottawa, thủ đô Canada, vào một buổi chiều lạnh tê, năm đó hình như đầu thập niên tám mươi. Người ta phát cho hai vợ chồng mỗi người một cái áo khoác dày cộm, mặc vô nhìn như hai con gấu mới tập đi, mà vẫn run cầm cập.

Anh Thọ đứng nép bên cửa kính, nhìn ra ngoài thấy tuyết trắng lóa, thở cái "phù" mà hơi bay mù cả mặt kính. Anh quay qua nói nhỏ với vợ:

— Trời đất ơi, xứ gì mà… lạnh như nước đá để quên trong tủ lạnh!

Chị Thọ ôm cái túi vải đựng vài bộ đồ cũ, cười méo xệch:

— Ủa, anh tưởng qua đây còn có cây dừa, có võng nằm hả? Thôi ráng. Mình đi xa tới đây, có lạnh cũng phải sống.

Họ đến với hai bàn tay trắng thiệt. Không phải kiểu nói cho văn chương. Tay trắng là tay trắng: trong túi chỉ có tờ giấy tị nạn, mấy cái tên dài ngoằng trên giấy tờ, với một đống chữ tiếng Anh nhìn như kiến bò. Sau mấy năm vượt biên, trôi dạt qua trại, người ta nói "tới bờ" là mừng. Nhưng tới bờ Canada rồi mới biết, đời còn nguyên một biển khác đang chờ. Biển tuyết.

Thời gian đầu, anh Thọ làm công cho hãng chổi. Ờ, nghe thì đơn giản vậy chớ ngày nào cũng đứng cắt, đứng bó, đứng đóng thùng. Chổi ở Canada đủ loại: chổi quét nhà, chổi quét tuyết, chổi quét garage, chổi quét… chắc quét luôn cả nỗi buồn.

Ông sếp người Tây cao như cây sào, nói cái gì cũng nhanh như bắn liên thanh. Anh Thọ nghe chữ được chữ không, nhưng không bao giờ hỏi lại, cứ "yes, yes" cho qua chuyện. Xong quay qua hỏi ông bạn làm chung, cũng là đồng hương:

— Ổng kêu tao làm cái gì vậy mậy?

Còn chị Thọ thì đi xưởng may. Cái xưởng rộng thênh thang, máy chạy rần rần như chợ trời, ai nấy cúi đầu đạp, đạp hoài. Chị về tới nhà mà chân vẫn còn muốn đạp theo. Có bữa đang ăn cơm, chân chị "cục cục" dưới gầm bàn, anh Thọ hỏi:

— Em làm gì vậy?

— Đạp nhớ nghề!

Hai vợ chồng lúc đó nghèo, nhưng vui theo kiểu… cười để khỏi khóc. Nhà thuê căn basement, tầng hầm thấp lè tè, cửa sổ ngang đầu gối, nhìn ra chỉ thấy tuyết với mấy cặp giò người đi qua.

Sáng ra, người ta đi làm trên mặt đất, còn vợ chồng ảnh thức dậy dưới lòng đất.

Anh Thọ hay nói giỡn:

— Mình ở basement riết, mai mốt thành… gia đình chuột chù.

Chị Thọ lườm ảnh:

— Chuột chù cũng được, miễn có cơm ăn.

Rồi cũng tới lúc chị "cắn răng" thiệt. Hai năm lăn lộn, chị thấy anh Thọ cứ bám hãng chổi hoài thì tương lai chắc giống… cây chổi: quét tới già. Chị nói thẳng, không vòng vo kiểu mấy bà tám:

— Anh nghỉ làm, đi học nghề đi. Em bám xưởng may nuôi mấy đứa nhỏ. Chứ anh cứ đứng bó chổi hoài, lưng cong vòng như cọng kẽm, mà hổng đi tới đâu.

Anh Thọ nghe mà thương vợ, nhưng cũng lo:
— Em gánh nổi hông?

— Không nổi cũng phải nổi. Mình qua đây hai tay trắng, giờ không lẽ ở hoài dưới hầm? Anh đi học nghề, ráng lấy cái nghề cho đàng hoàng. Đời mình phải có cái tay nghề, chứ không thì đời nó quét mình đi như quét rác.

Vậy là anh Thọ nghỉ hãng chổi, ghi danh vô trường huấn nghệ địa phương. Mấy lớp ban đêm dành cho người lớn tuổi đúng là cứu tinh. Anh học tiếng Anh mà cứ như chèo xuồng ngược nước: mỗi chữ là một con sóng. Nhưng ảnh cũng lì.

Có bữa học chữ 'heater', về nhà cứ lặp đi lặp lại:

— Hít-tơ… Hít-tơ … Hít-tơ …

Chị Thọ đang may, nghe vậy cười khúc khích:

— Anh kêu "hit her" hả? Đừng có đánh em à nghen!

Anh Thọ đỏ mặt:

— Trời, em bậy! Heater là máy sưởi!

Chị giả bộ nghiêm:

— Ờ, vậy học cho kỹ. Lỡ mai mốt đi làm, người ta nói heater hư, anh trả lời "hit her" là chết.

Nhờ chút tiếng Anh đó, hơn một năm anh tốt nghiệp. Tấm bằng nhỏ xíu, nhưng với anh lúc đó, nó như cái phao giữa biển. Anh xin được việc sửa máy sưởi, máy lạnh. Có hôm đi làm về, mặt mày lấm lem, áo khoác dính bụi, mà mắt sáng rỡ:

— Em ơi, hôm nay anh sửa cái furnace, họ khen anh "good job"! Nghe đã ghê!

Chị Thọ bỏ cây kim xuống, nhìn chồng mà thấy lòng ấm hơn cả máy sưởi.

Tưởng đâu đời đã an bài, thì một ông chủ tiệm ăn Việt rủ hùn vốn mở rộng quán. Ông nói ngọt như mía lùi:

— Anh Thọ kỹ thuật giỏi, điện nước máy móc anh lo. Tôi nấu nướng, hai bên gia đình phụ bếp chạy bàn. Mình hùn vốn làm ăn.

Nghe cũng hợp lý. Người mới tới, ai mà không ham một cơ hội "đổi đời". Anh Thọ bàn với chị. Chị Thọ tính kỹ như tính từng đường chỉ:

— Hùn vốn thì được, nhưng coi chừng. Người ta nói tiền vô nhà khó, còn tiền ra thì… hổng biết đường mà lần.

Anh Thọ cười:

— Em lúc nào cũng lo xa.

Mà chị lo xa đâu có dư. Ông chủ tiệm ăn kiêm đầu bếp dính cờ bạc. Ban đầu đi casino mỗi tuần một lần, rồi mỗi ngày hai ba lần. Casino gọi tên ông nghe như bà con gọi ăn cơm. Tiệm ăn bị đem thế chấp lúc nào không hay.

Anh Thọ bắt đầu thấy kỳ: sổ sách lộn xộn, mặt ông chủ lúc nào cũng thâm quầng. Rồi tới cái bữa định mệnh.

Anh vô sửa toilet. Nhà vệ sinh tiệm ăn mà… trời đất ơi, mùi cần sa xộc lên nồng nặc. Ảnh đứng khựng lại, cái mùi đập vô mũi như búa bổ. Nhìn ra ngoài thấy mấy đứa lạ lạ, mắt đỏ như trái ớt chín. Lúc đó anh hiểu liền: tiệm này đang trôi khỏi tay người làm ăn.

Về nhà, chưa kịp thay áo, anh nói gọn:

— Thôi, mình rút ngay, em ơi.

— Sao?

— Mùi đó… không phải mùi bún bò Huế.

Chị Thọ thở dài, nhưng không cãi:

— Rút. Mình nghèo chứ đừng dại.

Giấc mơ "chủ quán" xếp lại, như khăn trải bàn gấp vô ngăn kéo. Hai vợ chồng quay về việc cũ. Nhưng đời lạ lắm. Trời lại mở đường khác.

Một thân chủ của anh, làm tóc, quen đủ thứ người, nói:

— Nè anh Thọ, có tiệm nails người ta sang lại. Tiệm nhỏ thôi, mà ổn. Lúc này nails ăn nên làm ra dữ lắm.

Anh Thọ nghe chữ 'nails' còn lạ tai. Còn chị Thọ thì nhìn tiệm nails như nhìn cái nút áo: nhỏ xíu mà cột được cả cái áo đời.

Hai vợ chồng bàn nhau. Đêm đó, chị ngồi tính nhẩm, anh ngồi gõ máy tính cũ, coi hồ sơ mà coi hoài vẫn chưa hiểu hết.

— Em đi học nails được. Học nhanh thôi. Nhưng mình phải coi kỹ: tiền thuê, khách, chỗ đậu xe, thuế má.

— Anh lo kỹ thuật, sổ sách, điện nước. Em lo nghề. Mình thử. Không thử thì đời mình cứ sống dưới hầm hoài.

Chị Thọ học nails vỏn vẹn hai tháng rưỡi. Nghe "học" nhẹ hều vậy chớ thiệt ra là tập như tập võ. Tay run như cầm đũa gắp cá trơn. Nhờ bà chủ cũ chỉ thêm ngoài thực tế, chị học nhanh như con nít học lội: uống nước vài lần rồi tự bơi.

Chị về nhà khoe:

— Em biết French rồi đó.

Anh Thọ giật mình:

— Trời, mới đó mà em có bạn Pháp nữa hả?

— French tip, cha nội ơi! Kiểu làm móng tay ăn khách lắm!

Ngày nhận tiệm, bảng hiệu cũ còn treo, đèn neon chớp chớp như mắt người mất ngủ. Tiệm nhỏ, khiêm tốn, mấy cái ghế pedicure coi giống ghế nha sĩ. Nhưng với hai vợ chồng, đó là một dấu mốc, từ làm thuê sang làm chủ.

Ban đầu khách thưa thớt. Có bữa chị lau chai sơn bóng lưỡng, anh sửa cái vòi nước chưa hư. Rồi khách tới dần. Có cô Tây vô hỏi đủ thứ, chị nghe không hết, cười trừ. Anh chen vô:

— She wants… color… red?

— Anh để đó cho em. Làm như người ta hổng biết tiếng Anh vậy!

Rồi có khách quen. Người Canada thích cái kiểu chị Thọ cười hiền, vừa làm vừa kể chuyện "bên Việt Nam hồi đó". Có bữa chị nói:

— Ở Việt Nam, ba má tôi cứ bắt cắt móng tay. Qua đây, tôi để móng tay dài… trả thù.

Khách hiểu sao thì hiểu, chỉ biết cười rồi típ thêm. Chị nhớ câu đó, xài hoài, trúng hoài.

Tiệm đủ nuôi sống gia đình. Quan trọng hơn, nó cho hai vợ chồng cảm giác đã qua rồi cái kiếp trôi dạt. Mỗi sáng mở cửa, mùi acetone pha mùi cà-phê, mùi bánh mì thịt từ tiệm Việt kế bên, hòa quyện thành mùi đời xa xứ. Không sang trọng, nhưng đủ ấm lòng.

Có hôm đóng cửa, hai vợ chồng tựa lưng vô quầy. Anh Thọ nói:

— Có lúc anh tưởng đời mình là cây chổi. Ai dè cuối cùng lại thành... móng tay.

Chị Thọ nói tỉnh bơ:

— Trời cho của nào hưởng của nấy. Chổi chà cũng được, nails càng tốt. Làm đẹp cho người, đẹp luôn đời mình. Nghề nào cũng là nghề, miễn sống đàng hoàng.

Anh Thọ nhớ tới lời ba mình ở Sài Gòn, ông chủ tiệm dệt vớ, cái xưởng nhỏ nuôi chín anh em khôn lớn. Ba hay nói, giọng chắc như đóng đinh:

— Không gì bằng làm chủ được đời mình.

Ngoài kia tuyết vẫn rơi. Trong tiệm, đèn sáng. Hai vợ chồng biết: lần này không còn trôi dạt nữa. Lần này là đứng vững, bằng đôi tay mình, và bằng cái cười kiểu "**người An Nam ta, cái gì cũng cười**": cười qua gió lạnh, cười qua bão đời, để thấy Canada rồi cũng thành nhà.

2. ĐẠO CỦA BÀ

Có những bài học không bao giờ được dạy bằng lời, nhưng theo ta suốt đời, như một thước đo âm thầm cho mọi lựa chọn.

Đạo của bà không treo trên vách.

Không ghi trong sách.

Cũng không ai dạy bà học.

Đạo của bà là con đường bà đi, mỗi ngày, từ phòng ngủ ra bếp; là cách bà rửa tay trước khi đụng vào nồi cơm; là cái lưng bà thẳng khi cúi xuống, và cái im lặng bà giữ khi người khác còn đang nói.

Người trong nhà quen gọi đó là "đạo của bà," nói cho vui. Nhưng nếu hỏi đạo đó viết ở đâu, không ai chỉ được. Vì nó không nằm trên giấy. Nó nằm trong những thứ không ai để ý: cái thau đặt cạnh bồn rửa, cái nắp đậy kỹ thùng gạo, và những bữa cơm không bao giờ thiếu, chỉ có lúc ít hơn.

Tôi biết đạo đó ở đâu.

Không phải vì tôi biết đọc.

Mà vì tôi "thấy".

Tôi là nồi cơm điện hiệu National đời cũ. Thân tôi đã ngả màu ngà như răng người hay uống trà. Nút bấm *Cook/Warm* mòn chữ, nhưng vẫn dính. Người ta đem tôi qua Mỹ bằng hành lý xách tay, quấn trong hai lớp khăn tắm và một cái áo len, như ôm một thứ bùa hộ mạng.

Đạo của bà hiện ra trên tôi, mỗi lần cơm sôi.

Như hơi nước mỏng, lúc mờ lúc rõ, trên nắp inox.

Nó đi qua ruột bình thủy, qua thành thùng gạo bằng nhựa trắng, rồi lặng lẽ ở lại trong căn bếp này, nơi bà không giảng, chỉ "giữ".

Tôi không kể chuyện bằng miệng. Tôi kể bằng mùi cơm, bằng tiếng "tách" khi cơm chín, bằng những lần nắp bật lên như một tiếng thở dài. Ở nhà này, vật dụng nào cũng có ký ức. Nhưng chỉ có ba đứa chúng tôi - tôi, bình thủy và thùng gạo - là đứng gần bà Hạnh nhất. Gần như… canh giữ bà.

Bà Hạnh qua Mỹ muộn, muộn đến mức ai cũng tưởng bà sẽ ở lại Việt Nam suốt đời để lo hương khói cho cha mẹ ông bà. Ở bển, bà từng nói với con cháu bên này một câu nghe như đóng đinh:

— Tao đi rồi ai nhang khói?

Mười năm sau, người đóng đinh lại chính là hoàn cảnh. Lúc ấy, con trai bà, anh Hiệp, đã có tiệm nails ở Quận Cam, bang California. Tiệm nhỏ thôi: ba ghế, hai bàn tay, một bàn chân, mùi acetone và mùi canh chua trong ký ức. Vợ anh Hiệp, chị Xuân, chạy khách như chạy bão. Hai đứa con thì lớn vù vù, tiếng Việt rớt chữ như cơm rớt hạt, nhưng vẫn gọi "bà nội" bằng giọng vừa thân vừa ngại.

Họ bảo lãnh bà, lấy cớ cần bà trông chừng mấy cháu trong khi họ lo business ở tiệm. Bà biết cái "cớ" đó cũng là cái "lý" thật: nhà đã lâu thiếu một người *ở nhà*. Sợ mấy cháu nội bị bỏ bê, bà gật đầu.

Một buổi chiều, bà bước xuống phi trường như bước vô một cái phim mà người ta nói toàn thứ tiếng… lạ. Bà không biết tiếng Anh. Bà không hiểu luật. Nhưng chẳng sao, bước chân vào nhà, bà đã coi như giang sơn của mình. Bà nhìn quanh, rồi… đi thẳng tới bếp.

Tôi nhớ rõ: bà đặt túi xách xuống, rửa tay, mở thùng gạo. Lúc ấy thùng gạo còn thơm mùi nhựa mới, vì anh Hiệp vừa mua ở Costco. Bà nhón một nắm gạo, đưa lên mũi ngửi, rồi lắc đầu:

— Gạo gì mà mùi như bao bố.

Thùng gạo tức, nhưng im. Nó mới qua đời sống Mỹ, chưa hiểu thế nào là bị chê ngay từ lần gặp đầu tiên.

Bà quay qua tôi. Bà nhìn tôi như nhìn một người quen cũ, dù tôi là nồi cơm điện. Bà chạm nhẹ lên nắp, như chạm lên trán cháu nội.

— Ừ, cái nồi này coi còn xài được.

Tôi nghe chữ "được" mà nóng ruột. Ở Mỹ, nhiều thứ bị thay nhanh như móng tay thay màu. Nhưng bà nói "được" nghĩa là: *còn giữ*. Mà "*giữ*" là một động từ rất lạ ở đất này, nơi mà người ta thay áo mới mỗi mùa, thay giày mới mỗi tháng.

Từ ngày bà Hạnh tới, nhà anh Hiệp—chị Xuân bỗng có thêm một trục xoay vô hình. Người ta tưởng trục xoay là tiền, là giấy tờ, là visa, là tiệm nails. Không. Trục xoay nằm ở bếp: nơi tôi đứng, nơi bình thủy nằm cạnh, nơi thùng gạo im lặng mà nghe.

Bà không rao giảng. Bà chỉ làm việc bà cần làm: trông cháu, coi bếp. Nhưng lạ một điều: càng ít nói, "đạo" của bà càng có sức nặng, giống như cơm, không cần thơm mùi cũng làm người ta no.

Xả Nước

Ngày đầu tiên bà thấy chị Xuân rửa chén, chị Xuân mở vòi nước mạnh như mở mưa. Nước chảy tràn, bọt bay. Chị vừa rửa vừa kể chuyện tiệm: khách tip ít, khách tip nhiều, khách đòi vẽ hoa, khách đòi French, khách đòi "same color like last time but not exactly."

Bà Hạnh đứng nhìn. Không nói. Một lúc sau, bà đưa tay vặn vòi nước lại nhỏ như sợi chỉ.

Chị Xuân giật mình:

— Ở đây nước rẻ má ơi. Xài thoải mái. Nhà hàng xóm có người sáng mở nước tưới sân cỏ rồi bỏ đi làm cả ngày.

Bà Hạnh không cãi chữ "rẻ." Bà chỉ nói câu khác, nhẹ như đặt chén xuống:

— Rẻ cũng là nước. Mình xài có chừng mực thôi con.

Chị Xuân bật cười. Cười kiểu thông cảm: *má mới qua, chưa biết.*

— Dạ… đạo của má hả?

Bà Hạnh nhìn chị, rất bình thản:

— Ừ. Đạo của tao. Mà cũng đâu phải của tao. Ai sống lâu thì biết.

Từ hôm đó, chị Xuân vẫn rửa chén, nhưng vòi nước không còn mở hết cỡ. Thỉnh thoảng chị quên, bà không nhắc. Bà chỉ… đặt một cái thau xuống. Lặng lẽ. Thau là một câu nói không lời. Người ta thấy thau, tự nhiên nhớ vòi.

Bình thủy thì khoái. Nó vốn ghét lãng phí. Nó là loại bình giữ nhiệt, bụng dày, sinh ra để giữ nóng, không sinh ra để phí.

Năm sau, đúng như phim có hậu mà không ai cầm kịch bản, khu phố xuất hiện tấm bảng xanh: "SAVE WATER," kèm mấy dòng khuyến cáo bảo vệ môi trường. Mọi người bàn tán về hạn hán, quy định mới, cả chuyện phạt tiền lãng phí nước. Chị Xuân nhìn bảng, rồi nhìn bà Hạnh, bật cười:

— Trời ơi, má đi trước… bảng luôn.

Bà Hạnh không cười. Bà chỉ gật đầu như thể bảng đó đến trễ, chứ không phải bà đến trước.

Đạo của bà, kỳ lạ vậy: nó không cần thắng. Nó chỉ cần giữ.

Phòng Trọ

Nhà anh Hiệp có một phòng trống. Ở California, phòng trống là tiền trống. Người chị họ từ Texas qua chơi, nói như đếm tiền:

— Cho thanh niên thuê phòng đi, tháng cũng có thêm bốn trăm năm trăm.

Chị Xuân nghe, mắt sáng lên. Anh Hiệp cũng nghĩ. Tiền nails lúc đó lên xuống như giá gas.

Bà Hạnh đang ngồi ở bàn bếp, nhặt rau muống. Bà không ngẩng đầu, nhưng tiếng bà rơi xuống như cái nắp đậy:

— Hổng được.

Cả nhà im. Vì bà nói "không" ít lắm. Khi bà nói, nó giống như ai đó đóng cửa lại mà không cần chìa.

Chị họ cười khẩy:

— Dì Sáu ở Việt Nam qua, không biết đây thôi. Ở đây ai cũng cho thuê phòng.

Bà Hạnh lúc này mới ngẩng lên.

— Nhà có con gái lớn. Cho thanh niên ngoài đường vào ở chung không tiện.

Chị Xuân phản ứng ngay:

— Nhưng tụi con coi kỹ mà má. Mình làm hợp đồng đàng hoàng.

Bà Hạnh gật, như đồng ý với cái "hợp đồng" đó, rồi nói câu khiến ai cũng ngồi thẳng lưng:

— Hợp đồng giữ được tiền. Có khi không giữ được người.

Không ai cãi. Không ai biết cãi bằng gì. Vì lời bà nói không giống "cấm." Nó giống "che."

Làm Thủ Quỹ

Gia đình anh Hiệp là Phật tử thuần thành. Cuối tuần dù tiệm nails bận cỡ nào, anh chị cũng ráng sắp xếp đi chùa Việt Nam. Chùa nhỏ, sân có cây *bồ đề* chưa lớn, bảng thông báo treo bằng băng keo, gió thổi lật lên lật xuống như lá số.

Năm đó, các bác trong ban trụ trì đề nghị anh Hiệp làm thủ quỹ. Lý do nghe rất "Mỹ": anh có kinh nghiệm sổ sách, giấy tờ, làm ăn đàng hoàng. Mấy người nói thêm, như để trấn an:

— Chỉ là giữ tiền công đức, đóng điện nước, mua nhang đèn thôi mà.

Anh Hiệp về nhà, kể như chuyện vui. Chị Xuân mừng: "Mình có phước." Hai đứa nhỏ nghe chữ "quỹ" thì tưởng là "quiz," hỏi lại: "Dad has a quiz?"

Chỉ có bà Hạnh nghe xong, mặt đổi màu. Không phải bà không tin con. Bà tin. Nhưng bà cũng tin một điều khác, mà bà tin còn mạnh hơn:

Tiền bạc là thứ dễ làm người ta mang tiếng nhất, kể cả người tốt.

Bà không la. Bà không giảng một bài đạo lý dài. Bà chỉ hỏi anh Hiệp, một câu tưởng như hỏi chơi:

— Con làm thủ quỹ, con giữ tiền hay con giữ danh?

Anh Hiệp ngớ người:

— Giữ… cả hai chứ má.

Bà Hạnh gật đầu. Rồi bà nói một câu ngắn, nghe như bấm nút *Cook*:

— Vậy thì đừng giữ một mình.

Ngay hôm sau, bà kêu anh Hiệp mua một cuốn sổ dày, chia cột rõ ràng. Bà cũng kêu chị Xuân đi photo mấy mẫu biên nhận. Anh Hiệp cười:

— Má biết gì mà làm dữ vậy?

Bà Hạnh đáp tỉnh bơ:

— Tao không biết luật của Mỹ. Tao biết miệng người đời.

Rồi bà làm một việc lạ: bà không đi chùa nhiều, nhưng lần này bà đi. Bà ngồi dưới, nghe kinh ít thôi, chủ yếu… nhìn người. Cái nhìn của bà không phải nghi ngờ. Nó là cái nhìn *biết trước chuyện đời.*

Sau buổi lễ, bà kéo anh Hiệp lại, nói với thầy trụ trì, giọng nhỏ nhưng rành:

— Thầy cho con tôi làm cũng được. Nhưng xin thầy cho có hai người ký. Có sổ sách, có biên nhận. Có bảng chi thu mỗi tháng. Tiền chùa là tiền của nhiều cái lòng. Một cái lòng bị đau là cả chùa mang tiếng.

Thầy trụ trì im vài giây, rồi gật đầu. Mấy bác trong ban trụ trì lúc đầu hơi chạm tự ái. Nhưng bà Hạnh không tranh. Bà chỉ… *ở đó*, như cái cột, không xê dịch.

Vài tháng sau, trong cộng đồng rộ lên chuyện một hội đoàn nào đó bị lùm xùm quỹ. Người ta đồn dữ. Đồn tới mức người ngay cũng thành người có tội nếu không có giấy tờ.

Chị Xuân về nhà, thở hắt:

— May mà má…

Bà Hạnh không nhận công. Bà chỉ nói như nói với thùng gạo:

— Má không sợ chồng con lấy tiền thiên hạ. Má chỉ sợ người ta bắt nó đứng một mình trước cái miệng.

Từ đó, ở nhà này hình thành một thói quen: làm gì liên quan tiền bạc, liên quan danh dự - đều phải có *chỗ dựa*, phải có "cái giữ." Không ai gọi tên đạo. Nhưng ai cũng nghe nó chạy lạch cạch như ruột nồi cơm điện khi cơm sôi.

Bài Học Vo Cơm

Thằng cháu trai, thằng Nam, đến tuổi teen, bắt đầu chán trường, mê bạn, mê nhạc, mê cái cảm giác "tự do" mà nước Mỹ phát như coupon. Một ngày, chị Xuân nhận điện thoại: Nam bỏ một tiết học ở trường. Chị hoảng. Anh Hiệp giận. Hai người cãi nhau bằng đủ thứ: "tương lai," "bằng cấp," "tụi nhỏ bên này."

Bà Hạnh không cãi.

Chiều hôm sau, trong lúc ở nhà một mình với cháu, bà đem lên phòng nó một đĩa crackers với ít condensed milk, thứ ba má nó dùng pha cà-phê mỗi ngày, mà bà gọi là sữa Ông Thọ, món ruột của cháu bà. Bà ngồi xuống mép giường, hỏi nhẹ:

— Sao bữa đó con không vào lớp vậy?

Nam ngồm ngoàm cracker, liếm cho sạch vị ngọt trên môi, ấp úng:

— Con… quên làm homework.

Bà tỏ ra thông cảm:

— Vậy rồi con sợ, không dám vô lớp.

Nam gật đầu "dạ" một tiếng. Bà im một lát, như đang vo một thứ gì đó trong đầu. Rồi bà nói:

— Bắt đầu ngày mai, sau khi đi học về con nhớ vô bếp giúp bà nội vo cơm nha. Nội già rồi, nhấc nồi cũng nhức tay nhức vai.

Nam hăng hái hứa, và làm được hai ngày. Đến ngày thứ ba, nó mê chơi games trong phòng. Tới khi đói bụng, nó xuống lầu hỏi bà nội cơm đâu.

Bà nhìn nó, giọng bình thản:

— Con không vo cơm thì làm sao có cơm.

Câu nói không nặng, nhưng rơi xuống như nắp nồi đóng lại. Nam đứng sững. Nó không quen bị "phạt" kiểu… cơm. Nó quen bị la, bị cấm, bị dọa. Nhưng cơm là thứ nó tin chắc lúc nào cũng có. Khi cơm không còn là "đương nhiên," nó thấy sợ.

Từ đó, Nam không bao giờ quên homework nữa. Không phải vì sợ mất điểm. Mà vì nó học được một thứ khó hơn: Phải có trách nhiệm mới có cơm ăn.

Đạo của bà là vậy: không cần trừng trị. Chỉ cần làm cho điều sai… mất chỗ dựa.

Đạo Vợ Chồng

Trong cộng đồng Việt, người ta ly hôn nhiều hơn hồi trước. Lúc đầu, ai cũng sốc. Rồi quen. Rồi lại… chia phe. Có người nói: "Sống không hợp thì chia tay cho khỏe." Có người nói: "Đạo nghĩa đâu?" Ranh giới tốt-xấu lúc đó không trắng đen. Nó giống màu sơn móng tay: nhìn dưới đèn tiệm thì khác, bước ra nắng thì khác.

Một lần, cô cháu gái, con chị Xuân, khóc. Nó nghe bạn nói ba mẹ nó rồi cũng sẽ ly hôn như nhà kia. Nó sợ. Nó hỏi bà nội:

— Bà nội, ly hôn có xấu không?

Cả nhà nín thở. Đây là câu hỏi kiểu Mỹ, nhưng rơi vào bếp kiểu Việt.

Bà Hạnh không trả lời "xấu" hay "tốt." Bà hỏi lại:

— Con hỏi vậy để làm gì?

— Con sợ… nhà con tan.

Bà Hạnh gật. Rồi bà nói câu khiến tôi nhớ mãi, vì câu đó nặng như nồi gang nhưng dịu như cơm nóng:

— Có khi ở lại là đạo. Có khi ra đi cũng là đạo. Không phải chuyện cái miệng người ta. Là chuyện cái lòng người ta có còn tử tế với nhau không.

Chị Xuân đứng ở cửa bếp, nghe xong, quay mặt đi lau tay mà mắt đỏ. Anh Hiệp không nói, nhưng tối đó anh tự đổ nước vào bình thủy cho vợ, rồi còn "tip" thêm một thau nước ấm cho vợ ngâm chân.

Tôi thấy trên nắp mình hiện ra thêm một dòng hơi nước:

Đạo không phải dây trói. Đạo là cách mình không làm nhau nát.

Không có cao trào, chỉ có… thời gian

Nếu bạn tìm một đoạn bùng nổ, xin lỗi, nhà này không có. Có chăng là những chuyện nhỏ: một lần mất tiền tip, một lần con bỏ tiết học, một lần cãi nhau, một lần hàng xóm đồn, một lần nước bị phạt, một lần người ta dọn đi.

Nhưng qua từng chuyện nhỏ, bà Hạnh vẫn vậy: sáng dậy sớm, ngồi bếp, vo gạo, châm nước, bấm nút *Cook*. Tôi làm việc của tôi. Bà làm việc của bà. Và cả hai chúng tôi đều hiểu: điều quan trọng không phải cơm chín. Điều quan trọng là người ta còn ngồi xuống.

Năm tháng trôi. Nam lớn, nói tiếng Việt ít hơn, nhưng mỗi lần về nhà vẫn hỏi:

— Bà nội ăn cơm chưa?

Cô cháu gái vào college, về nhà ôm bà, nói tiếng Anh lẫn tiếng Việt:

— I miss you, bà nội.

Anh Hiệp mua nồi cơm điện mới một lần, loại digital, bấm nút mềm, có màn hình xanh. Anh đem về, đặt cạnh tôi, nói:

— Má, nồi mới đó, xài sướng lắm.

Bà Hạnh nhìn nồi mới, rồi nhìn tôi. Bà chạm lên nắp tôi như chạm lên một người già trong nhà.

— Cái cũ còn chạy. Để đó. Khi nào hư hẳn thì tính.

Nồi mới đứng đó, sáng bóng, tự ái. Nhưng rồi nó cũng học được một điều: trong nhà này, "mới" không phải lúc nào cũng thắng. "Mới" chỉ là… một giai đoạn.

Một hôm, bà Hạnh ho nhiều. Chị Xuân đưa bà đi bác sĩ. Bà về, mệt, ngồi bếp lâu hơn, im nhiều hơn. Cả nhà bỗng thấy bếp…

lạnh. Không ai nói ra, nhưng ai cũng nhận: cái trục xoay vô hình kia đang rung.

Tối đó, bà vẫn nấu cơm. Bà bấm nút. Tôi bật *Cook*. Khi cơm chín, tiếng "tách" nghe nhỏ hơn mọi lần. Bà ngồi xuống, nhìn bàn ăn. Mọi người bận: người trực tiệm, người học, người làm thêm. Không ai tụ họp đủ.

Bà không trách. Bà chỉ xới một chén cơm, chan chút nước mắm, ăn chậm. Tôi thấy vai bà nhỏ đi, nhưng lưng bà vẫn thẳng. Thẳng như câu bà thường nói:

Ăn ở cho phải đạo.

Lúc ấy, lần đầu tiên tôi hiểu vì sao người ta sẽ khóc mà không có cảnh kịch tính.

Vì mọi người thay đổi. Tiếng nói đổi. Nhịp sống đổi. Luật lệ đổi. Quan niệm đổi. Cái trắng cái đen đổi chỗ nhau như màu sơn đổi dưới ánh đèn.

Còn bà… bà không đổi.

Không phải vì bà cố chấp. Mà vì bà là một thứ cọc gỗ đóng xuống đất: để giữa dòng nước lớn, người ta còn biết đâu là bờ.

Bà không giải quyết bằng lời. Bà giải quyết bằng ở lại – giữ, không bỏ.

Đêm đó, trước khi đi ngủ, Nam, giờ đã cao hơn bà một cái đầu, đi xuống bếp, mở nắp tôi, nhìn cơm còn lại, rồi đóng lại nhẹ nhàng. Nó không lấy. Nó chỉ… đóng nắp.

Một hành động nhỏ. Nhưng tôi nghe trong đó một câu không tiếng:

Con hiểu.

Trên nắp inox của tôi, hơi nước hiện ra lần cuối, rõ hơn mọi lần như ai đó viết bằng tay vô hình:

Học cái tốt của người. Bỏ cái xấu.

Nhưng muốn bỏ được, phải biết giữ.

Sáng hôm sau, bà Hạnh vẫn dậy sớm. Bà vẫn vo gạo. Vẫn bấm nút. Và tôi vẫn "tách" đúng giờ, một tiếng "tách" nhỏ thôi, nhưng đủ để cả nhà biết: trong cái xứ ồn ào này, có một điều vẫn còn chạy.

Và chừng nào tôi còn nóng ấm, chừng đó "đạo" của bà còn… có chỗ để trú.

3. GIỮ LÒNG

Giữa đúng và sai, đôi khi không có lằn ranh rõ rệt.
Chỉ có một câu hỏi lặp đi lặp lại: mình có còn nhìn thẳng vào lòng mình được không.

Tiệm **Phú Quý Nails** bữa đó đổi công năng thiệt sự.

Ban ngày là tiệm làm móng.

Ban đêm biến thành chỗ ăn lẩu, chỗ xả stress, chỗ cười tới rớt nước mắt.

Gần hai chục người tụ lại. Thợ nails có, con cái có, người nhà cũng có. Mùi sả, mùi lá chanh, mùi ớt, trộn lẫn với mùi nước sơn móng còn vương vất trong không khí, thành một thứ mùi rất riêng của tiệm: cay cay, nồng nồng, mà ấm.

Hường đứng giữa tiệm, tay cầm vá, miệng hô lớn:

— Lẩu Thái nóng nha bà con! Ai ăn cay yếu báo trước, đừng có vừa húp vừa khóc, tui không có khăn giấy đâu nghen!

Chị Thọ xách vô thùng hải sản, cười hề hề:

— Làm lẩu mà keo là lẩu nó buồn. Nghề nào cũng vậy, thiếu lòng là thấy liền.

Anh Thọ trải mấy tấm vải lều xuống sàn, nói tỉnh bơ:

— Trải cho sạch. Khách vô tiệm thấy dơ là biết mình làm ăn kiểu gì liền.

Câu nói nghe chơi chơi, mà mấy người thợ ngồi đó ai cũng gật gù. Trong nghề nails, có những chuyện không cần nói ra, nhìn là biết.

Như chuyện bộ móng.

Có người làm nhanh cho xong. Móng nhìn xa thì bóng, mà nhìn gần là thấy gợn, thấy cẩu thả.

Có người làm chậm hơn chút, lau kỹ hơn chút, dũa lại thêm một lần. Khách không nói gì, nhưng lần sau quay lại, họ chỉ thẳng:

— Cho tôi làm với cô này.

Hồng, thợ mới, đang học nhúng bột *Dip*. Nghe mấy anh chị nói chuyện, cô hỏi nhỏ:

— Vậy chừng nào em mới học đắp bột được hả chị?

Chị Thọ cười hiền:

— Khi nào em biết nhìn móng khách như nhìn tay người thân mình. Lúc đó học gì cũng được.

Quang nghe vậy cười:

— Nói vậy chớ có bữa khách khó tánh, mình muốn… đắp lòng chớ không phải đắp bột!

Cả đám cười rần lên.

Hường góp thêm một giai thoại:

— Chỗ tiệm cũ của chị, có bà thợ làm nhanh dữ lắm. Mỗi bộ móng chưa tới mười lăm phút. Nhưng khách vô một lần rồi thôi. Chủ tiệm nói hoài mà bả không sửa. Bởi tay thì nhanh, mà lòng thì… vắng.

Không khí chùng xuống một chút, rồi lại bật cười khi Quang nâng lon bia lên:

— Nghề mình lạ lắm. Không cần bảng hiệu lớn. Không cần quảng cáo nhiều. Có tâm hay không, nhìn vô mười ngón tay khách là biết liền.

Chị Thọ đưa tay ra hiệu, chặn mấy câu nói có vẻ sắp quẹo qua chuyện tiệm người khác:

— Thôi, bữa nay vui thì vui vừa thôi. Nghề này mệt rồi, đừng để cái miệng làm cái tay nặng thêm.

Anh Thọ nhanh miệng quay xe, nói gọn gàng mà trúng:

— Nails thì có Điếp, có Đắp.

— Còn ở lại với nghề hay không… là nhờ giữ lòng.

— Giữ gì anh? Quang hỏi.

— Giữ tay cho đừng làm ẩu. Giữ miệng cho đừng nói quá. Và giữ lòng cho đừng trầy xước.

Không ai nói thêm.

Nồi lẩu sôi ùng ục. Bia cạn dần. Tiếng cười nhỏ lại, không phải vì hết vui, mà vì ai cũng thấy câu đó… đúng nghề mình quá.

Ngoài kia, bảng hiệu **Phú Quý Nails** vẫn sáng.

Trong tiệm, người ta ngồi sát nhau, ăn uống, cười vừa đủ, và hiểu ngầm một điều:

Trong cái nghề suốt ngày làm cho người khác đẹp lên, thứ khách nhớ lâu nhất không phải là màu sơn, mà là cái lòng người thợ để lại trên bộ móng.

4. BA CHÂN GIỮA MÙA ĐÔNG

Khi cái lạnh bủa vây đến tận xương,
người ta mới biết điều gì trong mình đủ ấm để chia sẻ.

Chiều hôm đó lạnh khác thường, kiểu lạnh không chỉ cắn vào da mà còn luồn sâu vào trong ý nghĩ. Nhiệt kế treo trước hiên một căn nhà trên đường về chỉ đúng **–20°C**. Gió thổi mạnh, thốc thẳng từ hồ lên, mang theo mùi kim loại của băng và tuyết. Trời tối rất nhanh, cái tối của mùa đông Toronto: không hoàng hôn, không chuyển màu, chỉ một khoảnh khắc là cả con phố đã chìm vào một màu đen đặc.

Tôi xuống trạm bus cuối, kéo cao cổ áo, cắm đầu bước. Con đường về nhà tôi vắng, đèn đường thưa thớt, ánh sáng yếu đến mức chỉ đủ để thấy hơi thở mình phả ra thành khói trắng. Tôi làm kỹ sư cho Công ty Điện lực Ontario, quen với những con số, biểu đồ, những thứ chính xác và vô cảm. Những buổi chiều như thế này, tôi thường chỉ nghĩ đến một điều duy nhất: về đến nhà càng nhanh càng tốt.

Từ xa, tôi thấy một dáng người.

Ban đầu, tôi tưởng mình nhìn nhầm. Dáng đó không giống bất kỳ ai tôi từng thấy trong những chiều đông như thế này. Không khom lưng vì gió, không bước vội vàng, cũng không co rúm như người cố thu mình khỏi cái lạnh. Dáng đi gần như… tản bộ.

Nhưng không thong dong. Nó lôm khôm, chậm rãi, như thể người đó đang mang theo một thứ gì nặng hơn chính cơ thể mình.

Chúng tôi đi ngược chiều nhau.

Càng lại gần, tôi càng thấy có gì đó không ổn. Dáng người ấy dừng lại, cúi xuống, rồi lại bước. Dừng. Cúi. Bước. Một nhịp điệu lạ lùng giữa đêm đông, nơi mọi thứ khác đều vội vã.

Khi chỉ còn cách nhau vài chục mét, tôi mới nhận ra: đó là một người đàn ông đang dẫn theo một con chó đen.

Nhưng cũng không giống cảnh người ta dắt chó đi dạo. Sợi dây dắt gần như chỉ mang tính tượng trưng. Người đàn ông không "dắt" con chó; ông… **đỡ** nó. Mỗi vài bước, ông lại cúi xuống, nhấc phần thân sau của con vật lên một chút, để nó có thể bước tiếp.

Con chó chỉ còn **ba chân**.

Một chân sau đã mất, phần hông lõm xuống rõ rệt dưới lớp lông đen dày. Nó bước bằng hai chân trước và một chân sau còn lại. Mỗi bước đều nặng nề, nhưng tuyệt nhiên không rên, không kéo dây, không tỏ ra sốt ruột. Chỉ thở mạnh, đều, như một sinh vật đang cố gắng hết sức để không trở thành gánh nặng.

Khi đi ngang nhau, tôi không kìm được, lên tiếng hỏi. Trong cái lạnh đó, ai cũng cần một lý do để nói chuyện với người khác, dù chỉ vài câu.

Ông dừng lại, thở ra một hơi dài. Hơi thở hòa vào gió, tan ngay.

Con chó bị tai nạn vài hôm trước. Xe nhà hàng xóm trượt trên băng, không kịp thắng. Bánh xe cán ngang một chân. Bác sĩ thú y nói không còn cách nào khác.

"Lẽ ra tôi nên để nó ở nhà," ông nói, giọng khàn nhưng bình thản. "Nhưng nó buồn lắm. Nó cứ nằm nhìn ra cửa."

Ông nhìn xuống con chó, như thể sợ nó nghe thấy.

"Với lại," ông nói tiếp, "không đi thì nó yếu nhanh lắm."

Tôi nhìn con chó. Nó nhìn lại tôi. Đôi mắt đen sâu, không van xin, không oán trách. Chỉ có một sự tin tưởng lạ lùng, tuyệt đối, dành cho người đang cúi xuống bên cạnh nó.

Trong khoảnh khắc đó, tôi thấy mình nhỏ bé một cách kỳ lạ. Tôi, người vẫn than phiền về cái lạnh, về ca trực, về những buổi họp kéo dài vô nghĩa, bỗng đứng trước một điều không nằm trong bất kỳ bản thiết kế nào.

Chúng tôi chào nhau. Tôi bước đi trước. Đi được vài bước thì quay lại. Ông vẫn đang cúi xuống, nhấc nhẹ phần thân sau con chó lên, kiên nhẫn như thể thời gian không còn là một yếu tố đáng kể.

Những tuần sau đó, thỉnh thoảng tôi lại gặp họ. Vẫn con đường ấy, vẫn giờ ấy. Có hôm tuyết rơi dày, có hôm gió mạnh đến mức tôi phải dừng lại để lấy lại thăng bằng. Còn họ thì vẫn đi. Chậm. Đều. Lặng lẽ.

Tôi không biết con chó đã đi được bao xa, hay nó còn đau bao nhiêu. Tôi chỉ thấy nó không bao giờ dừng lại trước khi người đàn ông dừng lại. Và người đàn ông thì không bao giờ bước tiếp trước khi con chó sẵn sàng.

Rồi một thời gian, tôi không còn gặp họ nữa.

Có thể họ đổi giờ đi bộ. Có thể con chó đã khỏe hơn. Cũng có thể mùa đông đã bớt khắc nghiệt, và người ta không còn cần phải nhích từng bước giữa gió lạnh như vậy. Tôi không biết. Và cũng không tìm cách biết.

Nhưng hình ảnh ấy thì ở lại.

Những chiều đông khác, trên cùng con đường, tôi vẫn vô thức chậm bước ở khúc cua nơi chúng tôi từng gặp nhau. Tôi nhớ dáng người lôm khôm ấy, nhớ cách ông cúi xuống không do dự, như thể đó là điều hiển nhiên nhất trên đời. Nhớ con chó ba chân, không kéo lại, không than vãn, chỉ dồn sức vào từng bước ngắn.

Giữa một thành phố rộng lớn, nơi ai cũng bận rộn với những điều "quan trọng" hơn, khoảnh khắc ấy tồn tại như một vết nứt nhỏ trong thời gian — nơi nhịp sống chậm lại, và sự tử tế không cần được gọi tên.

Từ đó về sau, mỗi khi trời trở lạnh, mỗi khi bước đi trở nên nặng nề hơn bình thường, tôi lại nhớ đến con đường tối năm ấy. Nhớ rằng có những lúc, chỉ cần không bỏ mặc điều mong manh đang đi cạnh mình, thế là đủ để tiếp tục.

Không phải để đi nhanh hơn.

Chỉ để đi **cùng nhau**.

5. BÀ CỤ TỈA CÂY

Không phải ai sống chậm cũng đứng ngoài cuộc đời.
Có những người lặng lẽ giữ cho đời không nghiêng lệch.

Con đường mòn chạy dọc theo sông Ottawa là nơi tôi thường tìm đến mỗi ngày, như một thói quen không cần giải thích. Nó dài gần mười cây số, nhưng tôi hiếm khi đi hết. Tôi chọn những đoạn khác nhau, tùy vào ngày, tùy vào nhịp thở trong lòng. Có đoạn ôm sát bờ sông, nơi nước chảy lặng lẽ như đang suy nghĩ. Có đoạn lại lẩn vào bụi rậm và ao đầm, nơi tiếng côn trùng và mùi bùn non khiến người ta chậm lại một cách tự nhiên.

Phần lớn thời gian, tôi đạt được điều mình tìm: sự yên tĩnh. Một thứ yên tĩnh không tuyệt đối, mà sống động như mặt hồ mùa thu – chỉ cần một chiếc lá rơi nhẹ cũng đủ làm gợn sóng, rồi mọi thứ lại lắng xuống, nguyên vẹn hơn trước.

Những xáo động nhỏ ấy thường đến từ thiên nhiên. Có lần tôi bắt gặp một chị rùa mẹ, to bằng nắm tay người lớn, nằm phơi nắng trên một gốc cây mục vừa nhô lên khỏi mặt nước. Hai chú rùa con, bé bằng lòng bàn tay trẻ nhỏ, bám sát hai bên như sợ bị bỏ quên. Lần khác, một bà rùa to như cái đĩa ăn, tránh lụt, bò thẳng lên bãi đất sát đường mòn, tỉnh bơ đào tổ đẻ trứng giữa dòng người qua lại, như thể con đường này vốn dĩ được làm ra cho bà.

Có hôm tôi gặp một mẹ chim cút, kêu "cút, cút" rất khẽ, dẫn theo đàn con năm bảy đứa lục cục quanh bụi lùm kiếm ăn. Nhỏ bé hơn nữa, im tiếng hơn nữa, là mấy con ốc sên vàng rực, khoe những vằn nâu xoắn tròn trên lưng, chậm rãi bò qua lối đi như thể thời gian là một thứ xa xỉ không liên quan đến chúng.

Tôi đã quen với những điều ấy. Chúng làm tôi mỉm cười, nhưng không khiến tôi phải suy nghĩ quá lâu. Tôi không ngờ rằng, thứ khiến tôi băn khoăn nhất lại đến từ một con người.

Đó là một ngày sau cơn giông lớn. Trời quang đãng, không khí trong vắt, mùi ẩm ướt của lá và đất còn vương trong gió. Tôi vừa đi vừa hít thở sâu, như thể muốn giữ lại càng nhiều buổi sáng ấy càng tốt. Đường vắng. Ngày trong tuần nên hiếm người qua lại, chỉ thỉnh thoảng mới thấy một cặp vợ chồng dắt chó, hay một người đạp xe chậm rãi.

Từ xa, tôi thấy một bóng người. Ban đầu tôi nghĩ chắc là ai đó đang tập thể dục, nhưng càng đến gần tôi càng nhận ra người ấy không đi theo hướng nào cả, mà cứ loanh quanh trong một khoảng nhỏ. Khi chỉ còn cách vài chục bước, tôi mới thấy rõ: đó là một bà cụ, tóc bạc, lưng hơi còng, tay cầm một chiếc kéo cắt cây.

Bà đang cố gắng tỉa những nhánh cây gãy sau cơn giông, đổ nghiêng ra giữa lối đi. Có nhánh còn vướng thấp ngang tầm đầu trẻ con. Bà cắt chậm, mỗi nhát kéo đều cần dừng lại lấy hơi, nhưng ánh mắt thì tập trung và kiên nhẫn.

Tôi dừng lại, gợi chuyện. Bà cười, nụ cười hiền và nhẹ như gió sớm. Bà nói bà sống trong vùng. Sáng nay đi bộ ra đây thấy cây đổ, bà quay về nhà lấy kéo ra tỉa. Bà sợ mấy đứa nhỏ trong xóm hay đạp xe trên đường này, lỡ không để ý thì nguy hiểm.

Tôi chưa kịp nói lời gì thêm thì có một cặp vợ chồng tản bộ đi ngang. Họ dừng lại. Người vợ, giọng lo lắng nhưng cương quyết, khuyên bà cụ nên dừng tay. Bà ấy nói về trách nhiệm pháp lý, về khả năng bị kiện nếu có tai nạn xảy ra. Bà nói những cây này thuộc quyền bảo trì của thành phố, chỉ thành phố mới có quyền đụng đến.

Người chồng tiếp lời, nhẹ nhàng nhưng dứt khoát hơn. Ông nói vợ ông là luật sư, và những gì bà nói đều không phải chuyện nhỏ.

Tôi đứng đó, nghe mà thấy lạnh sống lưng. Những điều họ nói đều có lý. Rất có lý. Luật lệ sinh ra để bảo vệ con người, để xã hội vận hành ổn định. Tôi hiểu điều đó.

Bà cụ lắng nghe, không cãi, không tranh luận. Khi họ nói xong, bà chỉ mỉm cười. Nụ cười ấy không thách thức, cũng không mỉa mai. Bà nói, giọng chậm rãi:

— Họ có luật của họ. Tôi có luật của tôi. Thấy chuyện gì có thể giúp ích cho người khác thì làm. Tôi dọn mấy nhánh này đi cho mấy đứa nhỏ có chỗ đạp xe an toàn.

Người vợ lắc đầu, thở dài. Họ tiếp tục đi, để lại bà cụ, chiếc kéo, và đám cây gãy nằm chờ được thu xếp.

Tôi cũng rời đi, nhưng lòng không yên. Bước chân tôi nặng hơn lúc đến. Tôi hiểu sự cần thiết của luật lệ. Tôi cũng hiểu nỗi lo của cặp vợ chồng kia. Nhưng câu nói của bà cụ cứ lặp đi lặp lại trong đầu tôi, như tiếng nước vỗ đều vào bờ.

Nếu con người chỉ sống bằng những điều được phép, liệu lòng người có dần nguội lạnh?

Nếu mỗi thiện chí đều phải dừng lại trước câu hỏi "ai sẽ chịu trách nhiệm?", liệu xã hội còn chỗ cho những cử chỉ tử tế, giản dị và vô danh?

Tôi nghĩ đến thế giới ngoài kia. Ở những nơi chiến tranh vẫn tiếp diễn, nơi mỗi tuần, mỗi tháng, con số người chết được đọc lên như những dòng thống kê vô cảm. Tôi tự hỏi: thế giới ấy thiếu luật pháp, hay thiếu những tấm lòng? Hay luật lệ đã có quá đủ, nhưng con người lại thiếu khả năng tự soi xét chính mình, thiếu lòng trắc ẩn để không dễ dàng chấp nhận bạo lực như một lối giải quyết?

Khi quay đầu nhìn lại, bà cụ vẫn còn đó, chậm rãi cắt nốt nhánh cây cuối cùng. Con đường mòn mở ra, gọn gàng hơn, an toàn hơn. Không tiếng vỗ tay. Không ai ghi nhận. Chỉ có buổi sáng yên tĩnh tiếp tục trôi, như thể chưa từng có điều gì đáng kể xảy ra.

Từ khoảnh khắc ấy, có một điều được gìn giữ - không phải con đường, mà là niềm tin mong manh rằng giữa những tầng tầng luật lệ của đời sống, lòng người vẫn còn chỗ để lên tiếng.

Và từ hôm đó, mỗi lần bước trên con đường này, tôi không thấy nó khác đi vì cây cối, mà vì tôi biết: đâu đó, trong sự im lặng rất đời thường, vẫn có những con người âm thầm sống theo một thứ luật khác - luật của lòng người.

6. DƯ VỊ

Có những điều không cần được nói lại.
Chúng chỉ lặng lẽ ở đó, chờ một thế hệ khác chạm vào.

Khi nghĩ về thế hệ thứ hai, những đứa con lớn lên nơi xứ người, đôi lúc Minh tự hỏi: dư vị của những bữa cơm trưa quê nhà ngày cũ có còn ở lại đâu đó trong đời sống của chúng hay không. Những bữa ăn gắn với một mái nhà, một chiếc bàn gỗ tròn, với nhịp chiều chậm rãi khi thời gian dường như đứng lại - liệu những điều ấy có thể theo một con người đi nửa vòng trái đất, rồi lặng lẽ bước sang một thế hệ khác?

Suốt nhiều năm, Minh tin rằng thế giới của con cái mình, dù cùng chung một mái nhà, thực chất là một thế giới hoàn toàn khác. Một thế giới được soi sáng bởi khoa học và lý lẽ minh bạch, nơi con người được dạy cách hiểu các mối quan hệ giữa con người và thiên nhiên, giữa cảm xúc và lý trí, giữa cá nhân và xã hội. Còn thế hệ của anh thì lớn lên giữa những hàng tre và lối đất, được uốn nắn bởi những câu chuyện truyền miệng, những câu tục ngữ nói bên mâm cơm, và những nguyên tắc sống không hề được ghi chép nhưng cũng chưa bao giờ bị nghi vấn. Họ học cách tin vào trực giác, vào niềm tin, vào những gắn bó giản dị không cần lời giải thích.

Đôi khi, Minh cảm nhận được một nghịch lý lặng lẽ. Chính thế hệ của anh là những người đã bơi ngược dòng, vượt biển vượt lục địa để đi tìm ánh sáng của tri thức khoa học và tiến bộ kỹ thuật. Thế nhưng, trước khi họ kịp hiểu thấu thế giới ấy, thì những đứa con, sinh ra ngay trong lòng nó, đã đi xa hơn rất nhiều, bước đi trong đó với sự tự nhiên và tự tin, nói ngôn ngữ của nó như thể vốn dĩ đã thuộc về mình.

Vậy mà càng sống lâu nơi xứ lạ, Minh lại càng nhận ra một điều. Giữa hai thế hệ ấy vẫn tồn tại một điểm giao thoa thầm lặng. Không phải ở kiến thức hay kỹ năng, không phải ở quan niệm sống hay tham vọng, mà ở một điều căn bản hơn rất nhiều: cùng một khát vọng sống cho tử tế, yêu thương không toan tính, và tiếp tục tìm kiếm, mỗi người theo cách riêng, ý nghĩa của đời sống trong thế giới con người rộng lớn này.

Những nhận ra ấy không đến với anh trong những khoảnh khắc lớn lao. Chúng xuất hiện qua những cảnh đời rất nhỏ, rất tình cờ.

Đôi khi, khi cậu con út chơi trò ghép chữ trên điện thoại hay xem các chương trình đố vui trên truyền hình, Minh nghe thấy một tiếng reo vui bất chợt. Thằng bé sáng bừng lên khi nghe hay thấy nhắc đến những món ăn vốn luôn có mặt trên bàn ăn gia đình một cách rất đỗi tự nhiên: bánh mì, phở. Có lần, cậu chạy ào tới, vừa nói vừa cười, báo rằng những cái tên ấy đã chính thức được đưa vào từ điển tiếng Anh.

Minh nhìn con và thấy trong ánh mắt ấy một điều gì đó rất khẽ mà lay động. Không chỉ là niềm vui được công nhận, mà là một thứ hãnh diện ngây thơ, như thể cậu bé vừa phát hiện ra rằng những gì mình lớn lên cùng không hề nhỏ bé, cũng không hề lạc lõng trong thế giới rộng lớn này. Rằng chúng có chỗ đứng. Rằng chúng thuộc về nơi nào đó.

Rồi đến một khoảnh khắc khác, trên một chuyến du thuyền gần đây.

Sau nhiều giờ bay đến thành phố cảng, kéo hành lý, xếp hàng, lên tàu, cả gia đình đều mệt rã rời vì đói và kiệt sức. Vừa nhận được chìa khóa phòng, ai nấy tản ra mỗi hướng để tìm thức ăn. Cậu con trai đi trước. Bình thường, cậu trầm tĩnh, kín đáo, ít bộc lộ cảm xúc, hòa vào đám đông một cách dễ dàng, thích quan sát hơn là lên tiếng.

Nhưng hôm đó, Minh gần như không nhận ra con mình.

Giữa nhịp sống náo nhiệt của con tàu, giữa những giọng nói chồng chéo, những gương mặt xa lạ, và khoảng biển mênh mông mở ra ngay sau lan can, cậu bé bỗng khựng lại, quay phắt người, và gọi lớn về phía sau, không giấu được niềm vui:

— Trên tàu cũng có bánh mì nữa kìa, ba!

Khoảnh khắc ấy đến rồi đi rất nhanh, như vô số khoảnh khắc bình thường khác trong đời. Đám đông tiếp tục trôi. Tiếng ồn nuốt chửng câu nói gần như ngay tức thì.

Nhưng Minh đứng lại.

Giữa con tàu khổng lồ chở hàng ngàn người xa lạ băng qua đại dương, anh chợt hiểu ra một điều mà phải mất cả đời mình mới gọi được thành tên. Những bữa cơm trưa ngày xưa ấy đã đi rất xa. Chúng rời chiếc bàn tròn ở Việt Nam, theo anh vượt đại dương, lặng lẽ an cư trong đời sống thường nhật nơi xứ người, rồi gần như không ai hay biết, băng sang đời sống của con cái anh.

Không qua dạy dỗ.

Không qua những bài giảng.

Không qua những câu chuyện kể đi kể lại.

Mà qua một niềm vui tự nhiên, không gượng ép, và hoàn toàn sống động.

Trong khoảnh khắc ấy, Minh nhận ra rằng anh chưa từng có ý thức "truyền lại" điều gì cho các con. Anh chỉ đơn giản là sống theo cách mình đã được nuôi dạy. Anh nấu những món quen. Anh ăn chậm khi có thể. Anh đối xử với bữa ăn không như một vật thể, mà như một không gian chung, nơi con người quây quần, dừng lại, và nhận ra nhau.

Và hóa ra, chỉ vậy thôi cũng đã đủ.

Những bữa ăn ấy không trói buộc con anh vào quá khứ. Chúng trao cho chúng một điều khác: một chỗ để đứng. Để trong thế giới rộng lớn này, khi nghe tên một món ăn quen được phát âm bằng một giọng xa lạ, chúng biết mình thuộc về đâu, và cũng biết rằng mình có thể đi rất xa, mà không cần phải bỏ lại điều gì phía sau.

Ghi chú: "Dư Vị", phóng tác từ ***Những Buổi Cơm Trưa****.*

Author

Vinh Quyen Tang, Ph.D., P.Eng..
(Tăng Quyền Vinh)
Ottawa, Canada.

Books published:

1. Bên Kia Bến Đỗ, 2021.
2. Đứa Con An Giang, 2022.
3. Lu nước ngọt, 2023.
4. Nails Tình Thương, 2023.
5. Tứ Quý (Truyện trích từ Bên Kia Bến Đỗ), 2023.
6. The Precious Quartet (Translated from the Vietnamese title 'Tứ Quý'), 2024.
7. Compassionate Nails: A Journey of Love and Resilience (Translated from the Vietnamese title 'Nails Tình Thương'), 2024.
8. Đôi Dòng Sông Nước, 2024.
9. Tales of the River: Journey from the Mekong Delta, (Translated from the Vietnamese title 'Đôi Dòng Sông Nước'), 2024.

10. Freshwater Jar (Translated from the Vietnamese title 'Lu Nước Ngọt'), 2024.
11. The Boy From An Giang (Translated from the Vietnamese title 'Đứa Con An Giang'), 2025.
12. Twelve Habours (Translated from the Vietnamese title 'Bên Kia Bến Đỗ'), 2025.
13. Cánh Bướm Trong Nắng, 2025.
14. Gió Lùa Qua Xóm Nhỏ, 2025.
15. Tiếng Sóng Quê Nhà, 2025.
16. What Remains of Light (Translated from the Vietnamese title 'Cánh Bướm Trong Nắng'), 2025.
17. Whispers of the Wind in the Alleyway (Translated from the Vietnamese title 'Gió Lùa Qua Xóm Nhỏ'), 2025.
18. Where The Waves Remember (Translated from the Vietnamese title 'Tiếng Sóng Quê Nhà'), 2025.
19. Những Buổi Cơm Trưa, 2026.
20. Midday Meals: What We Carry from Home (Translated from the Vietnamese title 'Những Buổi Cơm Trưa'), 2026.
21. Giữ Lòng, Tập Truyện Ngắn, 2026.

ISBN 978-1-0699535-4-4

www.ingramcontent.com/pod-product-compliance
Lightning Source LLC
LaVergne TN
LVHW011045061026
849535LV00011BA/4074
9781069953544